AF284839

Impressum
Verlag: BABADADA GmbH, Nedderfeld 112 , 22529 Hamburg
Geschäftsführer / Verlagsleitung: Harald Hof
Druck: Books on Demand GmbH, In de Tarpen 42, 22848 Norderstedt

Imprint
Publisher: BABADADA GmbH, Nedderfeld 112 , 22529 Hamburg, Germany
Managing Director / Publishing direction: Harald Hof
Print: Books on Demand GmbH, In de Tarpen 42, 22848 Norderstedt

shule
school

kugawanya
divide

ubao
board

sajili
classroom

eneo la shule
school yard

mwalimu
teacher

karatasi
paper

kalamu
pen

dawati
desk

kuandika
write

rula
ruler

kitabu
book

mwanafunzi
pupil

mkoba
satchel

kikasha cha penseli
pencil case

penseli
pencil

kichonga penseli
pencil sharpener

mpira
rubber

pedi ya kuchora
drawing pad

2

uchoraji

drawing

brashi ya rangi

paintbrush

sanduku la rangi

paint box

mkasi

scissors

gundi

glue

daftari

exercise book

kazi ya nyumbani

homework

nambari

number

2+2

jumlisha

add

ondoa

subtract

zidisha

multiply

kokotoa

calculate

barua

letter

alfabeti

alphabet

neno

word

maandishi

text

kusoma

read

chaki

chalk

somo

lesson

sajili

register

uchunguzi

exam

cheti

certificate

sare za shule

school uniform

elimu

education

elezo

encyclopedia

chuo kikuu

university

darubini

microscope

ramani

map

kikapu cha kuweka karatasi chafu

paper bin

hoteli
hotel

hosteli
hostel

ofisi ya ubadilishanaji
bureau de change

sanduku
suitcase

gari
car

lugha
language

ndiyo / la
yes / no

sawa
Okay

hujambo
hello

mtafsiri
translator

Asante
Thank you

kiasi gani ni ...?

how much does ... cost?

Sielewi

I do not understand

tatizo

problem

Jioni njema!

Good evening!

Habari za asubuhi!

Good morning!

Usiku mwema!

Good night!

kwa heri

bye bye

mwelekeo

direction

mizigo

luggage

mfuko

bag

shanta

backpack

mgeni

guest

chumba

room

begi la kulalia

sleeping bag

hema

tent

taarifa ya utalii

tourist information

ufuo

beach

kadi

credit card

kifunguakinywa

breakfast

chakula cha mchana

lunch

chakula cha jioni

dinner

tiketi

ticket

kuinua

lift

muhuri

stamp

mpaka

border

mila

customs

ubalozi

embassy

visa

visa

pasipoti

passport

usafiri - travel

ndege
aeroplane

meli
ship

injini ya moto
fire engine

basi
bus

lori
truck

motaboti
motorboat

baiskeli
bike

gari
car

feri
ferry

mashua
boat

pikipiki
motorbike

gari la polisi
police car

gari la mashindano
racing car

gari la kukodisha
rental car

kushiriki gari

car sharing

lori la kuvuta

breakdown truck

ukusanyaji taka

refuse truck

motor

motor

mafuta

fuel

kituo cha mafuta

petrol station

ishara trafiki

traffic sign

trafiki

traffic

msongamano

traffic jam

maegesho

car park

kituo cha treni

train station

reli

tracks

garimoshi

train

tremu

tram

gari la mizigo

carriage

helikopta

helicopter

uwanja wa ndege

airport

mnara

tower

abiria

passenger

chombo

container

katoni

carton

mkokoteni

cart

kikapu

basket

ondoka

take off / land

jiji

city

kijiji

village

katikati ya jiji

city centre

nyumba

house

sinema
cinema

tangazo
advert

taa za mitaani
street light

barabara
street

teksi
taxi

duka la vitafunio
snack shop

mtembea kwa miguu
pedestrian

njia ya waenda kwa miguu
pavement

kivuko
zebra crossing

pipa
bin

kuvuka
crossing

taa za trafiki
traffic lights

kibanda
hut

gorofa
flat

kituo cha treni
train station

ukumbi wa mji
town hall

Makavazi
museum

shule
school

chuo kikuu

university

benki

bank

hospitali

hospital

hoteli

hotel

duka la dawa

pharmacy

ofisi

office

duka la kitabu

book shop

duka

shop

duka la maua

florist's

dukakuu

supermarket

soko

market

idara ya kuhifadhi

department store

mwuza samaki

fishmonger's

kituo cha ununuzi

shopping centre

bandari

harbour

Hifadhi

park

benki

bench

daraja

bridge

vidato

stairs

chini ya ardhi

underground

handaki

tunnel

kituo cha mabasi

bus stop

bar

bar

mgahawa

restaurant

sanduku la posta

postbox

ishara ya barabara

road sign

mita ya maegesho

parking meter

bustani ya wanyama

zoo

kidimbwi cha kuogelea

swimming pool

msikiti

mosque

shamba

farm

uchafuzi

pollution

makaburini

graveyard

kanisa

church

uwanja wa michezo

playground

hekalu

temple

mazingira

landscape

jani
leaf

ishara ya mwelekeo
signpost

njia
way

malisho
meadow

jiwe
stone

mti
tree

mtembeaji wa masafa
hiker

mto
river

nyasi
grass

ua
flower

bonde

valley

kilima

hill

ziwa

lake

msitu

forest

jangwa

desert

volkano

volcano

ngome

castle

upinde wa mvua

rainbow

uyoga

mushroom

mtende

palm tree

mbu

mosquito

kuruka

fly

chungu

ant

nyuki

bee

buibui

spider

mende

beetle

chura

frog

kuchakuro

squirrel

nungunungu

hedgehog

sungura

hare

bundi

owl

ndege

bird

swan

swan

nguruwe mwitu

boar

kulungu

deer

aina ya kongoni

moose

bwawa

dam

tabo ya upepo

wind turbine

nishaji ya jua

solar panel

hali ya hewa

climate

mhudumu
waiter

menyu
menu

kiti
chair

supu
soup

piza
pizza

kitambaa cha mezani
tablecloth

vilia
cutlery

kiamsha hamu

starter

kozi kuu

main course

kitindamlo

dessert

vinywaji

drinks

chakula

food

chupa

bottle

chakula cha haraka

fast food

Streetfood

street food

buli

teapot

kisanduku cha sukari

sugar bowl

sehemu

portion

mashine ya espresso

espresso machine

kiti kirefu

high chair

muswada

bill

trei

tray

kisu

knife

uma

fork

kijiko

spoon

kijiko cha chai

teaspoon

nepi

serviette

glasi

glass

sahani

plate

sahani ya supu

soup plate

sufuria

saucer

mchuzi

sauce

kichanyaji chumvi

salt cellar

kinu cha pilipili

pepper mill

siki

vinegar

mafuta

oil

viungo

spices

kechapu

ketchup

haradali

mustard

kachumbari nzito

mayonnaise

dukakuu

supermarket

ofa maalum
special offer

mteja
customer

maziwa
dairy

matunda
fruit

toroli
trolley

mchinjaji
butcher´s

mwokaji
baker´s

uzito
weigh

mboga
vegetables

nyama
meat

chakula waliohifadhiwa
frozen food

vipande vya nyama baridi

cold meat

chakula cha kopo

tinned food

sabuni ya unga

washing powder

pipi

sweets

bidhaa za kaya

household products

bidhaa za kusafisha

cleaning products

mtu mauzo

salesperson

mpaka

till

keshia

cashier

orodha ya manunuzi

shopping list

masaa ya ufunguzi

opening hours

mkoba

wallet

kadi

credit card

mfuko

bag

mfuko wa plastiki

plastic bag

vinywaji

drinks

maji

water

sharubati

juice

maziwa

milk

coke

coke

mvinyo

wine

bia

beer

pombe

alcohol

kakao

cocoa

chai

tea

kahawa

coffee

spreso

espresso

kapuchino

cappuccino

ndizi

banana

tufaha

apple

machungwa

orange

tikiti

melon

lemon

lemon

karoti

carrot

kitunguu saumu

garlic

mianzi

bamboo

kitunguu

onion

uyoga

mushroom

karanga

nuts

nudo

noodles

spageti

spaghetti

mpunga

rice

saladi

salad

vibanzi

chips

viazi vya kukaanga

fried potatoes

piza

pizza

hambaga

hamburger

sandwichi

sandwich

kipande

cutlet

paja la mnyama

ham

salami

salami

soseji

sausage

kuku

chicken

choma

roast

samaki

fish

oats ya uji

porridge oats

muesli

muesli

cornflakes

cornflakes

unga

flour

kroisanti

croissant

andazi

bread roll

mkate

bread

mkate wa kubanika

toast

biskuti

biscuits

siagi

butter

maziwa mgando

curd

keki

cake

yai

egg

yai kukaanga

fried egg

jibini

cheese

aiskrimu

ice cream

sukari

sugar

asali

honey

jemu

jam

kuenea kwa chokoleti

chocolate spread

mchuzi wa viungo

curry

nyumba ya kilimo
farmhouse

majani bale
straw bale

ghalani
barn

uwanja
field

farasi
horse

trela
trailer

mtoto
foal

trekta
tractor

punda
donkey

mwanakondoo
lamb

kondoo
sheep

mbuzi

goat

ng'ombe

cow

ndama

calf

nguruwe

pig

mwananguruwe

piglet

fahali

bull

batabukini

goose

bata

duck

kifaranga

chick

kuku

hen

jogoo

cock

panya

rat

paka

cat

panya

mouse

ng'ombe

ox

mbwa

dog

nyumba ya mbwa

doghouse

bomba la bustani

garden hose

debe la kumwagilia maji

watering can

fyekeo

scythe

kulima

plough

mundu

sickle

jembe

hoe

uma wa nyasi

pitchfork

shoka

axe

toroli

wheelbarrow

kupitia nyimbo

trough

chombo cha maziwa

milk can

gunia

sack

ua

fence

imara

stable

chafu

greenhouse

udongo

soil

mbegu

seed

mbolea

fertilizer

kivunaji

combine harvester

mavuno

harvest

mavuno

harvest

viazi vikuu

yams

ngano

wheat

soya

soy

viazi

potato

mahindi

corn

rapa

rapeseed

mti wa matunda

fruit tree

muhogo

cassava

nafaka

cereals

chimni
chimney

paa
roof

bomba la maji ya mvua
drain pipe

dirisha
window

gareji
garage

kengele ya mlangoni
doorbell

mlango
door

pipa la taka
rubbish bin

sanduku la barua
letterbox

bustani
garden

sebuleni

living room

bafu

bathroom

jikoni

kitchen

chumba cha kulala

bedroom

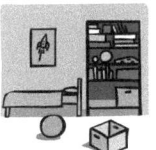

chumba ya mtoto

child's room

chumba cha kulia

dining room

sakafu

floor

ukuta

wall

dari

ceiling

pishi

cellar

sauna

sauna

roshani

balcony

mtaro

terrace

kidimbwi

pool

mashine ya kukata nyasi

lawn mower

karatasi

sheet

kitambaa cha kupamba kitanda

bedspread

kitanda

bed

ufagio

broom

ndoo

bucket

kubadili

switch

32

nyumba - house

mandhari
wallpaper

picha
picture

taa
lamp

rafu
shelf

kabati
cupboard

mekoni
fireplace

televisheni/runinga
television

ua
flower

mto
cushion

sofa
sofa

chombo cha maua
vase

kitenzambali
remote control

zulia
carpet

pazia
curtain

meza
table

kiti
chair

kiti cha bembea
rocking chair

armchair
armchair

kitabu

book

blanketi

blanket

mapambo

decoration

kuni

firewood

filamu

film

kifaa cha hi-fi

hi-fi equipment

ufunguo

key

gazeti

newspaper

uchoraji

painting

bango

poster

redio

radio

daftari

notepad

kifyonza

hoover

dungusi kakati

cactus

mshumaa

candle

jokofu
fridge

kikanza
microwave oven

wadogo jikoni
kitchen scales

kibaniko
toaster

sabuni
detergent

8 8 O O 🔥🔥 ≡◯≡ 🔥🔥

stovu
oven

friza
freezer

pipa la taka
rubbish bin

mashine ya kuoshea vyombo
dishwasher

jiko la kupika

cooker

chungu

pot

sufuria ya chuma

cast-iron pot

wok / kadai

wok / kadai

kaango

pan

birika

kettle

stima

steamer

sinia ya kuoka

baking tray

vyombo vya udongo

crockery

kombe

mug

bakuli

bowl

vijiti vya kulia

chopsticks

ukawa

ladle

mwiko mpana

spatula

burashi

whisk

kichujio

strainer

chujio

sieve

mbuzi

grater

chokaa

mortar

barbeque

barbecue

moto wazi

open fire

ubao wa majaribio

chopping board

kijiti cha kusukuma unga

rolling pin

kizibuo

corkscrew

kopo

can

inaweza kopo

can opener

kishikio cha chungu

pot holder

karo

sink

brashi

brush

sifongo

sponge

kisagaji matunda

blender

triji ya kina

deep freezer

chupa ya mtoto

baby bottle

bomba

tap

bafu

bathroom

mfereji wa kuogea
shower

joto
heating

taulo
towel

pazia la kuogea
shower curtain

maji ya kuoga yenye povu
bubble bath

hodhi
bathtub

glasi
glass

mashine ya kuosha
washing machine

vigae
tiles

bomba
tap

poti
potty

karo
sink

choo

toilet

choo cha squat

squat toilet

beseni la mviringo

bidet

choo cha umma

urinal

shashi

toilet paper

brashi ya choo

toilet brush

mswaki

toothbrush

dawa ya meno

toothpaste

dawa ya meno

dental floss

safisha

wash

kuoga mkono

handheld shower

msukumo wa maji

douche

bonde

basin

mpako wa pili

back brush

sabuni

soap

jeli ya kuogea

shower gel

shampuu

shampoo

flana

flannel

toa maji

drain

krimu

cream

kiondoa harufu

deodorant

kioo

mirror

kioo mkono

hand mirror

kinyozi

razor

povu la kunyoa

shaving foam

baada ya kunyoa

aftershave

kichana

comb

brashi

brush

kikausha nywele

hair dryer

marashi ya nyewele

hairspray

vipodozi

makeup

kidomwa

lipstick

varnish ya msumari

nail varnish

pamba

cotton wool

mkasi wa kucha

nail scissors

manukato

perfume

mkoba wa kuosha

washbag

kinyesi

stool

mizani

weighing scale

nguo ya kuoga

bathrobe

glavu za mpira

rubber gloves

kisodo

tampon

sodo

sanitary towel

kemikali choo

chemical toilet

chumba ya mtoto
child's room

saa ya kengele
alarm clock

kidoli cha kupakata
cuddly toy

gari bandia
toy car

kelele
rattle

chumba cha midoli
doll's house

sasa
present

baluni
balloon

kitanda
bed

mashua
pram

staha ya kadi
deck of cards

mchezo-fumb
jigsaw

vichekesho
comic

matofali lego

lego bricks

vitalu mwigo

building blocks

hatua takwimu

action figure

suti ya kulalia

romper suit

kisahani

Frisbee

simu

mobile

ubao wa michezo

board game

kete

dice

garimoshi mwigo

model train set

dummy

dummy

chama

party

picha kitabu

picture book

mpira

ball

kikaragosi

doll

kucheza

play

shimo la mchanga

sandpit

bembea

swing

vitu bandia

toys

kiweko cha video ya mchezo

video game console

baiskeli ya magurudumu

tricycle

matatu

mwanasesere

teddy bear

kabati

wardrobe

nguo

clothing

soksi

socks

stokingi

stockings

kibano

tights

skafu
scarf

mwavuli
umbrella

fulana
t-shirt

ukanda
belt

viatu
boots

ndara
slippers

wakufunzi
trainers

malapa
sandals

viatu
shoes

mabuti ya mpira
rubber boots

suruali ya ndani
underpants

sidiria
bra

fulana
vest

mwili

body

suruali

trousers

dangirizi

jeans

sketi

skirt

blauzi

blouse

shati

shirt

vuta

pullover

sweta

hoodie

bleza

blazer

jaketi

jacket

koti

coat

koti la mvua

raincoat

maleba

costume

gauni

dress

mavazi ya harusi

wedding dress

suti	vazi la usiku	pajama
suit	nightgown	pyjamas
sari	skafu	kilemba
sari	headscarf	turban
burka	kaftan	abaya
burqa	kaftan	abaya
vazi la kuogelea	vazi la kiume la kuogelea	kaptura
swimsuit	trunks	shorts
teitei	aproni	glavu
tracksuit	apron	gloves

kifungo

button

glasi

glasses

bangili

bracelet

mkufu

necklace

pete

ring

herini

earring

kofia

cap

kiango cha koti

coat hanger

kofia

hat

tai

tie

zipu

zipper

kofia

helmet

kanda za suruali

braces

sare za shule

school uniform

sare

uniform

bibu
bib

dummy
dummy

nepi
nappy

ofisi
office

seva
server

kabati la kuweka faili
filing cabinet

kichapishaji
printer

karatasi
paper

kiwambo
monitor

dawati
desk

kipanya
mouse

folda
folder

kibodi
keyboard

pu cha kuweka karatasi chafu
r bin

kiti
chair

kompyuta
computer

kmobe la kahawa
coffee mug

kikokotoo
calculator

biashara
internet

ofisi - office

49

mbali

laptop

barua

letter

ujumbe

message

rununu

mobile

intaneti

network

fotokopia

photocopier

programu

software

simu

telephone

soketi

plug socket

kipepesi

fax machine

fomu

form

hati

document

kununua

buy

kulipa

pay

biashara

trade

fedha

money

dola

dollar

yuro

euro

yeni

yen

rouble

rouble

faranga ya Uswisi

Swiss franc

renminbi yuan

renminbi yuan

rupia

rupee

eneo la kulipia

cashpoint

ofisi ya ubadilishanaji

bureau de change

dhahabu

gold

fedha

silver

mafuta

oil

nishati

energy

bei

price

mkataba

contract

kodi

tax

bidhaa

stock

kazi

work

mfanyakazi

employee

mwajiri

employer

kiwanda

factory

duka

shop

uchumi - economy

afisa wa polisi
police officer

mzimamoto
fireman

rubani
pilot

daktari
doctor

mpishi
cook

mtunza bustani
gardener

seremala
carpenter

mshonaji
seamstress

hakimu
judge

mwanakemia
chemist

muigizaji
actor

dereva wa basi

bus driver

dereva wa teksi

taxi driver

mvuvi

fisherman

mwanamke wa kusafisha

cleaning lady

mwezekaji

roofer

mhudumu

waiter

mwindaji

hunter

mchoraji

painter

mwokaji

baker

umeme

electrician

mjenzi

builder

mhandisi

engineer

mchinjaji

butcher

fundi bomba

plumber

mwanaposta

postman

mwanajeshi

soldier

msanifu majengo

architect

keshia

cashier

muuza maua

florist

msusi

hairdresser

kondakta

conductor

mekanika

mechanic

nahodha

captain

daktari wa meno

dentist

mwanasayansi

scientist

rabbi

rabbi

imamu

imam

mtawa

monk

kasisi

clergyman

nyundo
hammer

koleo
pliers

bisibisi
screwdriver

spana
spanner

kurunzi
torch

mchimbaji

digger

sanduku la vifaa

toolbox

ngazi

ladder

msumeno

saw

misumari

nails

kuchimba visima

drill

kukarabati

repair

sepetu

shovel

Lo!

Damn!

kishikio cha uchafu

dustpan

chungu cha rangi

paint pot

skurubu

screws

ala za muziki
musical instruments

mpangilio wa ngoma
drum kit

spika
loudspeaker

gita
guitar

besi mara mbili
double bass

tarumbeta
trumpet

piano

piano

fidla

violin

ubeji

bass

timpani

timpani

ngoma

drums

kibodi

keyboard

saksafoni

saxophone

filimbi

flute

maikrofoni

microphone

simbamarara
tiger

lango la kuingia
entrance

ngome
cage

pundamilia
zebra

chakula cha mifugo
animal feed

panda
panda

wanyama

animals

tembo

elephant

kangaruu

kangaroo

kifaru

rhino

sokwe

gorilla

dubu

bear

ngamia

camel

mbuni

ostrich

simba

lion

tumbili

monkey

heroe

flamingo

kasuku

parrot

dubu

polar bear

penguini

penguin

papa

shark

tausi

peacock

nyoka

snake

mamba

crocodile

mtunza wanyama

zookeeper

muhuri

seal

jaguar

jaguar

mwanafarasi

pony

chui

leopard

kiboko

hippo

twiga

giraffe

tai

eagle

nguruwe mwitu

boar

samaki

fish

kobe

turtle

sili

walrus

mbweha

fox

paa

gazelle

michezo
sports

soka ya marekani
American football

uendeshaji baiskeli
cycling

tenisi
tennis

mpira wa kikapu
basketball

kuogelea
swimming

ndondi
boxing

magongo ya barafuni
ice hockey

soka
football

vinyoya
badminton

riadha
athletics

mpira wa mikono
handball

skii
skiing

polo
polo

cheka
laugh

kuruka
jump

kumbatia
hug

kutembea
walk

kuimba
sing

ota ndoto
dream

kuomba
pray

busu
kiss

kuandika

write

kuteka

draw

angalia

show

sukuma

push

kutoa

give

kuchukua

take

kuwa

have

fanya

do

kuwa

be

kusimama

stand

kukimbia

run

vuta

pull

kutupa

throw

kuanguka

fall

hadaa

lie

kusubiri

wait

kubeba

carry

kukaa

sit

vaa nguo

get dressed

usingizi

sleep

kuamka

wake up

kuangalia

look at

lia

cry

kiharusi

stroke

chana nywele

comb

ongea

talk

kuelewa

understand

kuuliza

ask

kusikiliza

listen

kunywa

drink

kula

eat

nadhifisha

tidy up

upendo

love

mpishi

cook

gari

drive

kuruka

fly

shughuli - activities

65

meli

sail

kokotoa

calculate

kusoma

read

kujifunza

learn

kazi

work

kuoa

marry

kushona

sew

piga mswaki

brush teeth

kuua

kill

moshi

smoke

kutuma

send

bibi
grandmother

babu
grandfather

baba
father

mama
mother

mtoto
baby

binti
daughter

bin
son

mgeni

guest

shangazi

aunt

mjomba

uncle

kaka

brother

dada

sister

mwili

body

paji la uso
forehead

jicho
eye

bega
shoulder

kidole
finger

uso
face

kidevu
chin

mkono
hand

matiti
breast

mguu
leg

mkono
arm

mtoto

baby

mwanamume

man

mwanamke

woman

msichana

girl

mvulana

boy

kichwa

head

nyuma

back

tumbo

belly

kitovu

belly button

chano

toe

kisigino

heel

mfupa

bone

nyonga

hip

goti

knee

kiwiko

elbow

pua

nose

chini

bottom

ngozi

skin

shavu

cheek

sikio

ear

mdomo

lip

kinywa

mouth

jino

tooth

ulimi

tongue

ubongo

brain

moyo

heart

misuli

muscle

pafu

lung

ini

liver

tumbo

stomach

figo

kidneys

jinsia

sex

kondomu

condom

ovari

ovum

shahawa

semen

mimba

pregnancy

hedhi

menstruation

uke

vagina

uume

penis

unyusi

eyebrow

nywele

hair

shingo

neck

hospitali
hospital

gari la wagonjwa
ambulance

kiti cha magurudumu
wheelchair

jeraha
fracture

daktari

doctor

chumba cha dharura

emergency room

muuguzi

nurse

dharura

emergency

kupoteza fahamu

unconscious

maumivu

pain

kuumia

injury

kutokwa na damu

bleeding

mshtuko wa moyo

heart attack

kiharusi

stroke

mzio

allergy

kikohozi

cough

homa

fever

mafua

flu

kuharisha

diarrhoea

maumivu ya kichwa

headache

kansa

cancer

ugonjwa wa kisukari

diabetes

daktari mpasuaji

surgeon

kisu kidogo cha kupasulia

scalpel

operesheni

operation

picha changanufu ya mwili

CT

Eksrei

x-ray

mawimbi sauti

ultrasound

barakoa ya uso

face mask

ugonjwa

disease

chumba cha kusubiri

waiting room

mkongojo

crutch

plasta

plaster

bendeji

bandage

sindano

injection

stetoskopu

stethoscope

machela

stretcher

kipimajoto cha kliniki

clinical thermometer

kuzaliwa

birth

unene kupita kiasi

overweight

kusikia misaada

hearing aid

kipukusi

disinfectant

maambukizi

infection

virusi

virus

VVU / UKIMWI

HIV / AIDS

dawa

medicine

chanjo

vaccination

vidonge

tablets

kidonge

pill

simu ya dharura

emergency call

haemodainamometa

blood pressure monitor

mgonjwa / mwenye afya

sick / healthy

Msaada!

Help!

kengele

alarm

pigo

assault

shambulizi

attack

hatari

danger

lango la dharura

emergency exit

Moto!

Fire!

kizima moto

fire extinguisher

ajali

accident

vifaa vya huduma ya kwanza

first-aid kit

wito wa msaada

SOS

polisi

police

Ulaya

Europe

Amerika ya Kaskazini

North America

Amerika ya Kusini

South America

Afrika

Africa

Asia

Asia

Australia

Australia

Atlantiki

Atlantic

Pasifiki

Pacific

Bahari ya Hindi

Indian Ocean

Bahari ya Antaktiki

Antarctic Ocean

Bahari ya Aktiki

Arctic Ocean

Ncha ya Kaskazini

North Pole

Ncha ya Kusini

South Pole

Antaktika

Antarctica

dunia

Earth

nchi

land

bahari

sea

kisiwa

island

taifa

nation

jimbo

state

uso wa saa

clock face

akrabu ya saa

hour hand

akrabu ya dakika

minute hand

akrabu ya sekunde

second hand

Ni saa ngapi?

What time is it?

siku

day

wakati

time

sasa

now

saa ya dijitali

digital watch

dakika

minute

saa

hour

Jumatatu / Monday — MO
Jumatano / Wednesday — W
Ijumaa / Friday — FR
TU
TH
Jumamosi / Saturday — SA
Jumanne / Tuesday
Alhamisi / Thursday
SO
Jumapili / Sunday

jana
yesterday

leo
today

kesho
tomorrow

asubuhi
morning

saa sita mchana
noon

jioni
evening

siku za biashara
business days

mwishoni mwa wiki
weekend

mvua
rain

upinde wa mvua
rainbow

theluji
snow

upepo
wind

majira ya machipuko
spring

vuli
autumn

kiangazi
summer

majira ya baridi
winter

utabiri wa hali ya hewa

weather forecast

kipimajoto

thermometer

mwanga wa jua

sunshine

wingu

cloud

ukungu

fog

unyevu

humidity

umeme

lightning

radi

thunder

dhoruba

storm

mvua ya mawe

hail

monsuni

monsoon

mafuriko

flood

barafu

ice

Januari

January

Februari

February

Machi

March

Aprili

April

Mei

May

Juni

June

Julai

July

Agosti

August

Septemba
September

Oktoba
October

Novemba
November

Desemba
December

maumbo
shapes

mduara
circle

mraba
square

mstatili
rectangle

pembetatu
triangle

nyanja
sphere

mchemraba
cube

maumbo - shapes   83

nyeupe

white

manjano

yellow

chungwa

orange

rangi ya waridi

pink

nyekundu

red

hudhurungi

purple

bluu

blue

kijani

green

hanja

brown

jivujivu

grey

nyeusi

black

mengi / kidogo

a lot / a little

hasira / pole

angry / calm

nzuri / mbaya

beautiful / ugly

mwanzo / mwisho

beginning / end

kubwa / ndogo

big / small

angavu / giza

bright / dark

kaka / dada

brother / sister

safi / chafu

clean / dirty

kamilika / tokamilika

complete / incomplete

siku / usiku

day / night

wafu / hai

dead / alive

pana / nyembamba

wide / narrow

kulika / kutolika

edible / inedible

ovu / ema

evil / nice

sisimkwa / udhika

excited / bored

nene / nyembamba

fat / thin

kwanza / mwisho

first / last

rafiki / adui

friend / enemy

jaa / tupu

full / empty

ngumu / laini

hard / soft

nzito / nyepesi

heavy / light

njaa / kiu

hunger / thirst

mgonjwa / mwenye afya

sick / healthy

haramu / kisheria

illegal / legal

akili / kijinga

intelligent / stupid

kushoto / kulia

left / right

karibu / mbali

near / far

mpya / kutumika

new / used

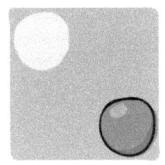

kitu / jambo

nothing / something

zee / changa

old / young

waka / zima

on / off

wazi / fungwa

open / closed

utulivu / kelele

quiet / loud

tajiri / masikini

rich / poor

sahihi / kosa

right / wrong

mbaya / laini

rough / smooth

huzunika / furahia

sad / happy

fupi /ndefu

short / long

polepole / haraka

slow / fast

nyevu / kavu

wet / dry

joto / baridi

warm / cool

vita / amani

war / peace

nambari
numbers

0
sufuri
zero

1
moja
one

2
mbili
two

3
tatu
three

4
nne
four

5
tano
five

6
sita
six

7
saba
seven

8
nane
eight

9
tisa
nine

10
kumi
ten

11
kumi na moja
eleven

12

kumi na mbili

twelve

13

kumi na tatu

thirteen

14

kumi na nne

fourteen

15

kumi na tano

fifteen

16

kumi na sita

sixteen

17

kumi na saba

seventeen

18

kumi na nane

eighteen

19

kumi na tisa

nineteen

20

ishirini

twenty

100

mia

hundred

1.000

elfu

thousand

1.000.000

milioni

million

Kiingereza

English

Kiingereza cha Marekani

American English

Kimandarini cha Uchina

Mandarin Chinese

Kihindi

Hindi

Kihispania

Spanish

Kifaransa

French

Kiarabu

Arabic

Kirusi

Russian

Kireno

Portuguese

Kibengali

Bengali

Kijerumani

German

Kijapani

Japanese

mimi

I

wewe

you

yeye / yeye / ni

he / she / it

sisi

we

wewe

you

wao

they

nani?

who?

nini?

what?

jinsi gani?

how?

wapi?

where?

lini?

when?

jina

name

nyuma

behind

katika

in

mbele ya

in front of

juu ya

over

kwenye

on

chini ya

under

kando

beside

kati

between

mahali

place